Jessica Souhami studied at the Central School of Art and Design.
In 1980 she formed Mme Souhami and Co., a travelling puppet company
using colourful shadow puppets with a musical accompaniment and a storyteller.
Her books for Frances Lincoln are just as vibrant and funny as her puppet shows.
They include *The Leopard's Drum*, *Old MacDonald*, two volumes of *Silly Rhymes:*
One Potato, Two Potato and *Mother Caught a Flea*. *The Black Geese* written by Alison Lurie,
No Dinner!, *In the Dark Dark Wood*, *Mrs McCool and the Giant Cúchulainn*,
The Famous Adventure of the Bird Brained Hen and *The Little Little House*.
For this title Jessica Souhami worked in collaboration with book designer Paul McAlinden.
Jessica lives in North London.

To Gulzar Kanji

Panjabi Translation by
Manjit K. Matharu
ਅਨੁਵਾਦ: ਮਨਜੀਤ ਕੌਰ ਮਥਾਰੂ

An Ancient Tale from India

Rama and the Demon King

Jessica Souhami

ਰਾਮ ਅਤੇ ਰਾਖਸ਼ ਬਾਦਸ਼ਾਹ

FRANCES LINCOLN CHILDREN'S BOOKS

This is the story of a brave and good prince called Rama,
the King's favourite son. He had a dear wife called Sita,
and a loyal brother, Lakshman.

And all the people in the kingdom loved.

Well, all but one...

and that was his jealous stepmother.

She HATED Rama.

And she planned to get rid of him forever...

ਇਹ ਕਹਾਣੀ ਇੱਕ ਬਹਾਦਰ ਅਤੇ ਨੇਕ ਰਾਜਕੁਮਾਰ ਦੀ ਹੈ, ਜਿਸ ਦਾ ਨਾਂ ਰਾਮ ਸੀ ਅਤੇ
ਉਹ ਬਾਦਸ਼ਾਹ ਦਾ ਲਾਡਲਾ ਪੁੱਤਰ ਸੀ। ਉਸਦੀ ਪਿਆਰੀ ਪਤਨੀ ਦਾ ਨਾਂ ਸੀਤਾ ਅਤੇ ਇੱਕ
ਵਫ਼ਾਦਾਰ ਭਰਾ ਲਛਮਣ ਸੀ।

ਰਿਆਸਤ ਵਿਚ ਰਹਿਣ ਵਾਲੇ ਸਾਰੇ ਲੋਕ ਉਸ ਨਾਲ ਪਿਆਰ ਕਰਦੇ ਸਨ,

ਹਾਂ, ਸਾਰੇ ਪਰ ਇੱਕ ....

ਅਤੇ ਉਹ ਸੀ ਉਸਦੀ ਈਰਖਾਲੂ ਮਤਰੇਈ ਮਾਂ। ਉਹ ਰਾਮ ਨੂੰ ਨਫ਼ਰਤ ਕਰਦੀ ਸੀ।

ਅਤੇ ਉਸ ਨੇ ਰਾਮ ਨੂੰ ਹਮੇਸ਼ਾਂ ਲਈ ਖ਼ਤਮ ਕਰਨ ਦੀ ਸਕੀਮ ਬਣਾਈ ......

Rama's wicked stepmother went to the King and said,
"Long ago, I saved your life and you promised to reward me.
Now I want you to send Rama into the forest for fourteen years."

The King was horrified. The forest was full of terrible demons.
But what could he do? A King MUST keep his promise.

With a broken heart, he sent Rama away.

So that very day Rama, with Sita and Lakshman at his side,
set out for the dangerous forest.

ਰਾਮ ਦੀ ਦੁਸ਼ਟ ਮਤਰੇਈ ਮਾਂ ਬਾਦਸ਼ਾਹ ਕੋਲ ਗਈ ਅਤੇ ਆਖਣ ਲਗੀ,
"ਬਹੁਤ ਸਮਾਂ ਪਹਿਲਾਂ, ਮੈਂ ਤੁਹਾਡੀ ਜਾਨ ਬਚਾਈ ਸੀ ਅਤੇ ਤੁਸੀਂ ਮੈਨੂੰ ਇਨਾਮ ਦੇਣ ਦਾ
ਵਾਅਦਾ ਕੀਤਾ ਸੀ। ਹੁਣ ਮੈਂ ਚਾਹੁੰਦੀ ਹਾਂ ਕਿ ਤੁਸੀਂ ਰਾਮ ਨੂੰ ਚੌਦਾਂ ਸਾਲਾਂ ਦਾ ਬਨਵਾਸ
ਦਿਓ।"
ਬਾਦਸ਼ਾਹ ਭੈਭੀਤ ਹੋ ਗਿਆ। ਸਾਰਾ ਜੰਗਲ ਡਰਾਉਣੇ ਰਾਖਸ਼ਾਂ ਨਾਲ ਭਰਿਆ ਪਿਆ ਸੀ।
ਪਰ ਉਹ ਕਰ ਵੀ ਕੀ ਸਕਦਾ ਸੀ ? ਇੱਕ ਬਾਦਸ਼ਾਹ ਨੂੰ ਆਪਣਾ ਵਚਨ ਲਾਜ਼ਮੀ ਹੀ
ਨਿਭਾਉਣਾ ਪੈਂਦਾ ਹੈ। ਦੁਖੀ ਹਿਰਦੇ ਨਾਲ, ਉਸ ਨੇ ਰਾਮ ਨੂੰ ਦੂਰ ਭੇਜ ਦਿੱਤਾ।

ਉਸੇ ਹੀ ਦਿਨ ਰਾਮ, ਸੀਤਾ ਅਤੇ ਲਛਮਣ ਭਿਆਨਕ ਜੰਗਲ ਵਲ ਤੁਰ ਪਏ।

In the forest the demons hated anyone good and they were spoiling for a fight. As soon as Rama, Sita and Lakshman appeared, the demons attacked them gleefully.

But both princes were brilliant fighters. They fought back bravely and killed thousands of demons until at last there was peace in the forest.

Rama, Sita and Lakshman lived a quiet and simple life among the forest animals.

BUT it was not to last.

ਜੰਗਲ ਵਿਚ ਰਾਖਸ਼ ਹਰ ਚੰਗੇ ਬੰਦੇ ਨੂੰ ਨਫ਼ਰਤ ਕਰਦੇ ਸਨ। ਉਹ ਬੜੀ ਬਹਾਦਰੀ ਨਾਲ ਲੜੇ। ਜਦੋਂ ਹੀ ਰਾਮ, ਸੀਤਾ ਅਤੇ ਲਛਮਣ ਉੱਥੇ ਪਹੁੰਚੇ, ਰਾਖਸ਼ਾਂ ਨੇ ਖੁਸ਼ੀ ਨਾਲ ਉਹਨਾਂ ਉੱਤੇ ਹਮਲਾ ਕੀਤਾ।

ਪਰ ਦੋਵੇਂ ਰਾਜਕੁਮਾਰ ਲੜਨ ਵਿਚ ਚੰਗੇ ਸਨ। ਉਹ ਬੜੀ ਬਹਾਦਰੀ ਨਾਲ ਲੜੇ ਅਤੇ ਉਨ੍ਹਾਂ ਨੇ ਹਜ਼ਾਰਾਂ ਹੀ ਰਾਖਸ਼ਾਂ ਨੂੰ ਮਾਰ ਮੁਕਾਇਆ। ਹੁਣ ਜੰਗਲ ਵਿਚ ਸ਼ਾਂਤੀ ਸੀ। ਰਾਮ, ਸੀਤਾ ਅਤੇ ਲਛਮਣ ਜੰਗਲ ਦੇ ਜਾਨਵਰਾਂ ਨਾਲ ਸ਼ਾਂਤ ਅਤੇ ਸਾਧਾਰਣ ਜੀਵਨ ਬਤੀਤ ਕਰ ਰਹੇ ਸਨ, ਪਰ ਇਹ ਬਹੁਤੇ ਸਮੇਂ ਲਈ ਨਹੀਂ ਸੀ।

Far away, in a magnificent palace on the island of Lanka, lived Ravana, the ten-headed king of all the demons.

He was evil and proud.

"No one can defeat me," he boasted. "No one knows more magic!" He smiled ten horrible smiles.

One day a messenger brought news from India that Rama and Lakshman had killed thousands of demons.

"WHAAAAT!" his ten mouths screeched. And he quivered with rage.

ਦੂਰ ਦੁਰੇਡੇ ਲੰਕਾ ਦੇ ਟਾਪੂ ਤੇ ਇੱਕ ਸ਼ਾਨਦਾਰ ਮਹੱਲ ਵਿਚ ਰਾਵਣ ਰਹਿੰਦਾ ਸੀ, ਜੋ ਕਿ ਦਸ ਸਿਰਾਂ ਵਾਲਾ ਸੀ ਅਤੇ ਰਾਖ਼ਸ਼ਾਂ ਦਾ ਬਾਦਸ਼ਾਹ ਸੀ।

ਉਹ ਮਨਹੂਸ ਅਤੇ ਹੰਕਾਰੀ ਸੀ।

"ਮੈਨੂੰ ਕੋਈ ਵੀ ਹਰਾ ਨਹੀਂ ਸਕਦਾ," ਉਸਨੇ ਡੀਂਗ ਮਾਰੀ। "ਕੋਈ ਵੀ ਮੇਰੇ ਤੋਂ ਵੱਧ ਜਾਦੂ ਨਹੀਂ ਜਾਣਦਾ!" ਉਹ ਦਸ ਵਾਰੀ ਭਿਆਨਕ ਢੰਗ ਨਾਲ ਹੱਸਿਆ।

ਇੱਕ ਦਿਨ ਇੱਕ ਦੂਤ ਨੇ ਇੰਡੀਆ ਤੋਂ ਖ਼ਬਰ ਲਿਆਂਦੀ ਕਿ ਰਾਮ ਅਤੇ ਲਛਮਣ ਨੇ ਉਸਦੇ ਹਜ਼ਾਰਾਂ ਹੀ ਰਾਖਸ਼ ਮਾਰ ਦਿੱਤੇ ਹਨ।

"ਕੀ!" ਉਸਦੇ ਦਸ ਮੂੰਹ ਚੀਕੇ ਅਤੇ ਉਹ ਕ੍ਰੋਧ ਨਾਲ ਕੰਬਿਆ।

Ravana lept into his magic chariot and flew to India. There he hid in a tree, ready to pounce on Rama and Lakshman.

But when he caught sight of Sita he stopped short, dazzled by her beauty.

"She must be my queen!" he muttered. "I'll steal her from Rama and leave him broken-hearted. Serve him right for killing my demons!"

And his ten brains buzzed with evil schemes.

ਰਾਵਣ ਕੁੱਦ ਕੇ ਆਪਣੇ ਜਾਦੂ ਵਾਲੇ ਰੱਥ ਵਿਚ ਬੈਠਾ ਅਤੇ ਇੰਡੀਆ ਵੱਲ ਉਡ ਗਿਆ। ਉੱਥੇ ਉਹ ਇੱਕ ਦਰਖ਼ਤ ਵਿਚ ਛੁੱਪ ਗਿਆ, ਉਹ ਰਾਮ ਅਤੇ ਲਛਮਣ ਉਤੇ ਝਪਟਣ ਲਈ ਤਿਆਰ ਸੀ।

ਪਰ ਜਦੋਂ ਉਸ ਨੇ ਸੀਤਾ ਵਲ ਵੇਖਿਆ ਤਾਂ ਉਸ ਦੀ ਸੁੰਦਰਤਾ ਵੇਖ ਕੇ ਰੁੱਕ ਗਿਆ।

"ਇਸ ਨੂੰ ਮੇਰੀ ਰਾਣੀ ਬਣਨਾ ਚਾਹੀਦਾ ਹੈ," ਉਹ ਬੁੜਬੁੜਾਇਆ। "ਮੈ ਇਸ ਨੂੰ ਰਾਮ ਤੋਂ ਚੁਰਾ ਕੇ ਲੈ ਜਾਵਾਂਗਾ ਤੇ ਰਾਮ ਦਾ ਦਿਲ ਟੁੱਟ ਜਾਵੇਗਾ। ਰਾਮ ਨੂੰ ਮੇਰੇ ਰਾਖ਼ਸ਼ ਮਾਰਨ ਦੀ ਸਜਾ ਮਿਲੇਗੀ!" ਅਤੇ ਉਸਦੇ ਦਸ ਦਿਮਾਗ ਮਨਹੂਸ ਸਕੀਮਾ ਸੋਚਣ ਲੱਗ ਪਏ।

This is what Ravana did.

He sent a magic deer into the forest, a golden creature which enchanted Sita. Rama offered to catch it for her.

"Lakshman," he said, "look after Sita while I'm gone. There may still be demons about."

And he followed the deer until they both disappeared from view.

ਰਾਵਣ ਨੇ ਇੰਜ ਕੀਤਾ।

ਉਸ ਨੇ ਇੱਕ ਜਾਦੂ ਵਾਲਾ ਹਿਰਨ, ਜੰਗਲ ਵਿਚ ਭੇਜਿਆ। ਇਹ ਇੱਕ ਸੁਨਹਿਰੀ ਜੀਵ ਸੀ, ਜਿਸ ਨੇ ਸੀਤਾ ਨੂੰ ਮੋਹ ਲਿਆ। ਰਾਮ ਨੇ ਇਸਨੂੰ ਸੀਤਾ ਲਈ ਫ਼ੜ ਕੇ ਲਿਆਉਣ ਲਈ ਕਿਹਾ।

"ਲਛਮਣ" ਉਸ ਨੇ ਕਿਹਾ, "ਜਦੋਂ ਮੈਂ ਇੱਥੋਂ ਜਾਵਾਂ ਤਾਂ ਸੀਤਾ ਦਾ ਧਿਆਨ ਰੱਖੀਂ। ਹੋ ਸਕਦਾ ਹੈ ਰਾਖ਼ਸ਼ ਇਧਰ ਹੋਣ।"

ਅਤੇ ਉਹ ਹਿਰਨ ਦੇ ਮਗਰ ਤੁਰ ਪਿਆ ਅਤੇ ਦੋਵੇਂ ਹੀ ਅੱਖਾਂ ਤੋਂ ਉਹਲੇ ਹੋ ਗਏ।

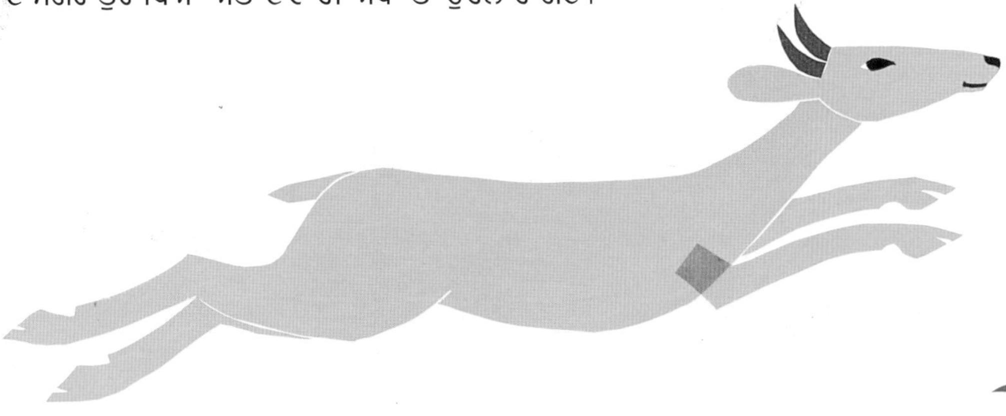

All was quiet.

Suddenly Sita and Lakshman heard a cry.

"Help me! Help me, Lakshman!"

It sounded like Rama.

So Sita said, "Leave me Lakshman, and rescue Rama. I'm safe here. Hurry!"

Then Lakshman ran as fast as he could towards the voice. But of course it was not Rama calling. It was a fiendish trick of Ravana's.

ਸਭ ਪਾਸੇ ਚੁੱਪ ਚਾਪ ਸੀ।

ਅਚਾਨਕ ਸੀਤਾ ਅਤੇ ਲਛਮਣ ਨੇ ਇੱਕ ਚੀਕ ਸੁਣੀ।

"ਮੇਰੀ ਮੱਦਦ ਕਰੋ! ਮੇਰੀ ਮੱਦਦ ਕਰੋ, ਲਛਮਣ!"

ਇਹ ਰਾਮ ਵਰਗੀ ਆਵਾਜ਼ ਲਗਦੀ ਸੀ।

ਸੀਤਾ ਨੇ ਕਿਹਾ, "ਲਛਮਣ, ਮੈਨੂੰ ਇੱਥੇ ਰਹਿਣ ਦੇ, ਰਾਮ ਨੂੰ ਬਚਾਓ। ਮੈਂ ਇੱਥੇ ਠੀਕ ਠਾਕ ਹਾਂ। ਛੇਤੀ ਕਰ!"

ਤਾਂ ਲਛਮਣ ਜਿਤਨਾ ਤੇਜ਼ ਦੌੜ ਸਕਦਾ ਸੀ, ਦੌੜ ਕੇ ਆਵਾਜ਼ ਵਾਲੇ ਪਾਸੇ ਗਿਆ। ਪਰ ਇਹ ਆਵਾਜ਼ ਰਾਮ ਦੀ ਨਹੀਂ ਸੀ। ਇਹ ਭੂਤਨਿਆਂ ਵਾਲੀ ਰਾਵਣ ਦੀ ਸ਼ੈਤਾਨੀ ਸੀ।

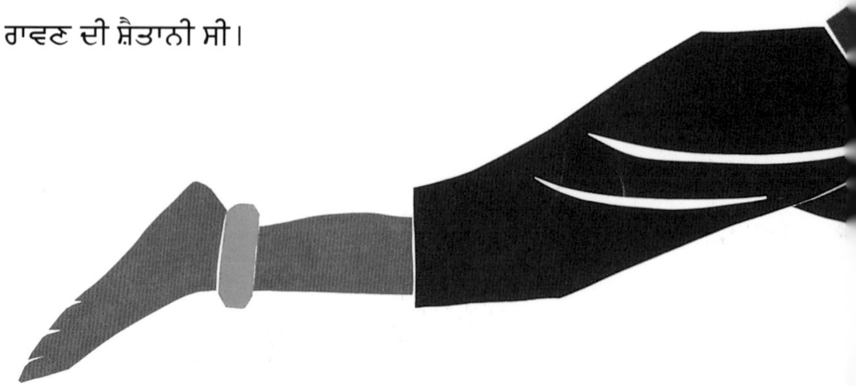

And now Sita was alone.
Wicked Ravana swooped down
and carried her off in his magic chariot.

ਅਤੇ ਹੁਣ ਸੀਤਾ ਇੱਕਲੀ ਸੀ।
ਦੁਸ਼ਟ ਰਾਵਣ ਨੇ ਹੇਠਾਂ ਆ ਕੇ ਅਚਾਨਕ ਵਾਰ
ਕੀਤਾ ਅਤੇ ਸੀਤਾ ਨੂੰ ਜਾਦੂ ਦੀ ਰੱਥ ਵਿਚ ਬਿਠਾ ਕੇ
ਆਪਣੇ ਨਾਲ ਲੈ ਗਿਆ।

Meanwhile, Lakshman found Rama unhurt. With horror, the brothers realised they had been tricked.

They raced back to Sita.

But she was gone.

ਇਸ ਸਮੇਂ, ਲਛਮਣ ਨੇ ਰਾਮ ਨੂੰ ਲੱਭ ਲਿਆ, ਉਹ ਠੀਕ ਠਾਕ ਸੀ। ਡਰ ਨਾਲ ਦੋਵਾਂ ਭਰਾਵਾਂ ਨੇ ਮਹਿਸੂਸ ਕੀਤਾ ਕਿ ਉਨ੍ਹਾਂ ਨਾਲ ਧੋਖਾ ਹੋਇਆ ਹੈ।

ਉਹ ਦੌੜ ਕੇ ਸੀਤਾ ਵਲ ਗਏ।

ਪਰ ਸੀਤਾ ਉੱਥੇ ਨਹੀਂ ਸੀ।

Rama was desolate.

The two brothers looked all over India for Sita. Their search seemed hopeless.

Then, one day, they reached the land of the monkeys. There they met Hanuman, the leader of the monkey army, and told him their story.

"Ravana has taken Sita," said Hanuman. "We saw them flying towards the palace on the island of Lanka."

"But how can we reach her?" asked Rama. "The sea round Lanka is full of monsters."

ਰਾਮ ਉਦਾਸ ਸੀ।

ਦੋਹਾਂ ਭਰਾਵਾਂ ਨੇ ਪੂਰੀ ਇੰਡੀਆ ਵਿਚ ਸੀਤਾ ਨੂੰ ਲੱਭਿਆ। ਉਹਨਾਂ ਦੀ ਭੱਜ ਦੌੜ ਬੇਕਾਰ ਹੀ ਸਾਬਤ ਹੋਈ।

ਫਿਰ, ਇੱਕ ਦਿਨ ਉਹ ਬਾਂਦਰਾਂ ਦੇ ਇਲਾਕੇ ਵਿਚ ਪਹੁੰਚ ਗਏ। ਇੱਥੇ ਉਹ ਬਾਂਦਰਾਂ ਦੀ ਫ਼ੌਜ ਦੇ ਸਰਦਾਰ ਹਨੂਮਾਨ ਨੂੰ ਮਿਲੇ ਅਤੇ ਉਸਨੂੰ ਆਪਣੀ ਕਹਾਣੀ ਦੱਸੀ।

"ਰਾਵਣ ਸੀਤਾ ਨੂੰ ਲੈ ਗਿਆ ਹੈ," ਹਨੂਮਾਨ ਨੇ ਕਿਹਾ। "ਅਸੀਂ ਉਨ੍ਹਾਂ ਨੂੰ ਲੰਕਾ ਦੇ ਟਾਪੂ ਵਲ ਜਾਂਦੇ ਹੋਏ ਦੇਖਿਆ ਸੀ।"

"ਪਰ ਅਸੀਂ ਉਸ ਕੋਲ ਕਿਵੇਂ ਪਹੁੰਚ ਸਕਦੇ ਹਾਂ ?" ਰਾਮ ਨੇ ਪੁੱਛਿਆ। "ਲੰਕਾ ਦੇ ਆਲੇ ਦੁਆਲੇ ਦਾ ਸਮੁੰਦਰ ਰਾਖ਼ਸ਼ਾਂ ਨਾਲ ਭਰਿਆ ਹੋਇਆ ਹੈ।"

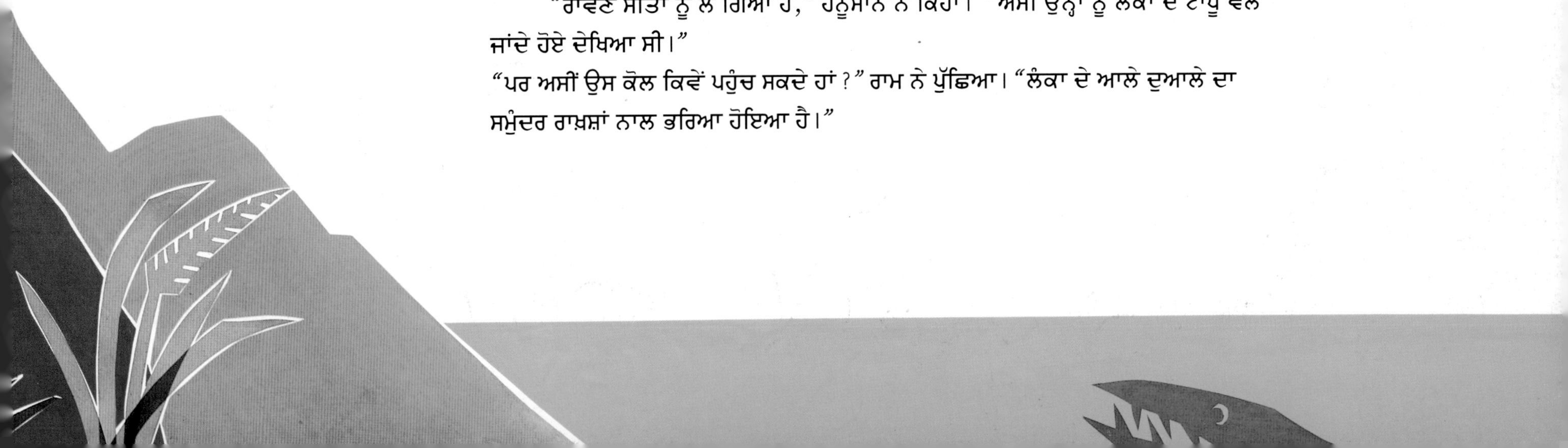

"I think I can help you find Sita," said Hanuman. "My father is Vayu, the Wind God, and so I can fly like the wind!"

Rama and Lakshman were astonished.

"Take my ring," said Rama. "When you find Sita, give it to her so she will know I sent you. Good luck."

"ਮੇਰਾ ਖਿਆਲ ਹੈ ਕਿ ਮੈਂ ਸੀਤਾ ਨੂੰ ਲੱਭਣ ਵਿਚ ਤੁਹਾਡੀ ਮੱਦਦ ਕਰ ਸਕਦਾ ਹਾਂ," ਹਨੂਮਾਨ ਨੇ ਕਿਹਾ। "ਮੇਰਾ ਪਿਤਾ ਵਾਯੂ ਹੈ, ਜੋ ਵਾਯੂ ਭਗਵਾਨ ਹੈ ਅਤੇ ਮੈਂ ਹਵਾ ਵਾਂਗ ਉਡ ਸਕਦਾ ਹਾਂ!"

ਰਾਮ ਅਤੇ ਲਛਮਣ ਹੈਰਾਨ ਸਨ।

"ਮੇਰੀ ਮੁੰਦਰੀ ਲੈ ਜਾਓ," ਰਾਮ ਨੇ ਕਿਹਾ। "ਜਦੋਂ ਸੀਤਾ ਲੱਭ ਜਾਏ, ਇਹ ਉਸਨੂੰ ਦੇ ਦੇਵੀਂ ਤਾਂ ਕਿ ਉਸਨੂੰ ਪਤਾ ਲੱਗ ਜਾਏ ਕਿ ਮੈਂ ਹੀ ਤੈਨੂੰ ਭੇਜਿਆ ਹੈ। ਜਾਹ ਤੈਨੂੰ ਸਫ਼ਲਤਾ ਮਿਲੇ।"

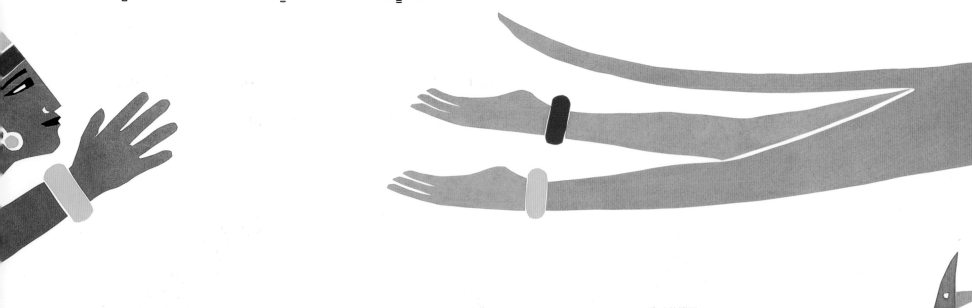

And Hanuman flew across the treacherous sea to Lanka.

ਅਤੇ ਹਨੂਮਾਨ ਕਪਟੀ ਸਮੁੰਦਰ ਨੂੰ ਪਾਰ ਕਰਦਾ ਹੋਇਆ ਲੰਕਾ ਪੁੱਜਾ।

Hanuman found Sita imprisoned n Ravan's garden. He gave her Rama's ring.

"I'm so glad to see you," she cried. "I've refused to become Ravana's queen. If I don't change my mind, he says he will chop me into little pieces and eat me up for breakfast!"

"Be brave, Sita," whispered Hanuman. "We will be back for you soon."

ਹਨੂਮਾਨ ਨੇ ਸੀਤਾ ਨੂੰ ਰਾਵਣ ਦੇ ਬਾਗ ਵਿਚ ਕੈਦ ਹੋਏ ਵੇਖਿਆ। ਉਸ ਨੇ ਸੀਤਾ ਨੂੰ ਰਾਮ ਦੀ ਮੁੰਦਰੀ ਦਿੱਤੀ।

"ਮੈਂ ਤੈਨੂੰ ਵੇਖ ਕੇ ਖੁਸ਼ ਹਾਂ," ਸੀਤਾ ਨੇ ਕਿਹਾ। "ਮੈਂ ਰਾਵਣ ਦੀ ਰਾਣੀ ਬਣਨ ਤੋਂ ਨਾਂਹ ਕਰ ਦਿੱਤੀ ਹੈ। ਜੇ ਮੈਂ ਆਪਣਾ ਫ਼ੈਸਲਾ ਨਾ ਬਦਲਿਆ ਤਾਂ ਉਹ ਕਹਿੰਦਾ ਹੈ ਕਿ ਉਹ ਮੇਰੇ ਟੁੱਕੜੇ ਟੁੱਕੜੇ ਕਰਕੇ ਮੈਨੂੰ ਨਾਸ਼ਤੇ ਲਈ ਖਾ ਜਾਏਗਾ।"

"ਤਕੜੀ ਹੋ ਸੀਤਾ," ਹਨੂਮਾਨ ਨੇ ਹੌਲੀ ਜਿਹੀ ਉਸਦੇ ਕੰਨ ਵਿਚ ਕਿਹਾ। "ਅਸੀਂ ਤੇਰੇ ਕੋਲ ਛੇਤੀ ਹੀ ਵਾਪਸ ਆਵਾਂਗੇ।"

Hanuman returned to Rama with his news, and the monkey army prepared for battle.

They began by building an amazing bridge which stretched right across the sea from India to Lanka.

Then the army, led by Rama, Lakshman and Hanuman, marched across it!

ਹਨੂਮਾਨ ਖ਼ਬਰ ਲੈ ਕੇ ਵਾਪਸ ਰਾਮ ਕੋਲ ਗਿਆ ਅਤੇ ਬਾਂਦਰਾਂ ਦੀ ਫ਼ੌਜ ਲੜਾਈ ਦੀ ਤਿਆਰੀ ਕਰਨ ਲੱਗ ਪਈ।

ਉਨ੍ਹਾਂ ਇੱਕ ਅਸਚਰਜ ਪੁਲ ਬਣਾਉਣਾ ਸ਼ੁਰੂ ਕਰ ਦਿੱਤਾ ਜੋ ਕਿ ਇੰਡੀਆ ਅਤੇ ਲੰਕਾ ਵਿਚਕਾਰ ਸਮੁੰਦਰ ਦੇ ਉਪਰੋਂ ਦੀ ਸੀ।

ਹੁਣ ਸਾਰੀ ਫ਼ੌਜ ਰਾਮ, ਲਛਮਣ ਅਤੇ ਹਨੂਮਾਨ ਦੀ ਅਗਵਾਈ ਹੇਠਾਂ ਚੜ੍ਹਾਈ ਲਈ ਤੁਰ ਪਈ!

Ravana's demon army was waiting for them on Lanka and
a terrible battle began. The demons tried all their evil tricks.
Some used magic arrows that turned into poisonous snakes.
Some became invisible. Others moved at the speed of light.

But Rama, Lakshman and the monkey army stood firm and
after many days of fierce fighting, the demons were defeated.

BUT THEN...

ਰਾਵਣ ਦੇ ਰਾਖ਼ਸ਼ਾਂ ਦੀ ਫ਼ੌਜ ਲੰਕਾ ਵਿਚ ਇਹਨਾਂ ਦੀ ਉਡੀਕ ਕਰ ਰਹੀ ਸੀ ਅਤੇ
ਇੱਕ ਘਮਸਾਨ ਦੀ ਲੜਾਈ ਸ਼ੁਰੂ ਹੋ ਗਈ। ਰਾਖ਼ਸ਼ਾਂ ਨੇ ਸਾਰੇ ਕਮੀਨੇ ਤ੍ਰੀਕੇ ਵਰਤੇ।
ਕਈਆਂ ਨੇ ਜਾਦੂ ਦੇ ਤੀਰ ਚਲਾਏ ਜੋ ਕਿ ਜ਼ਹਿਰੀਲੇ ਸੱਪ ਬਣ ਜਾਂਦੇ ਸਨ।

ਪਰ ਰਾਮ, ਲਛਮਣ ਅਤੇ ਬਾਂਦਰਾਂ ਦੀ ਫ਼ੌਜ ਕਈ ਦਿਨਾਂ ਤੱਕ ਡੱਟੀ ਰਹੀ, ਰਾਖ਼ਸ਼ਾਂ
ਦੀ ਹਾਰ ਹੋਈ।

ਪਰ ਫੇਰ.....

Ravana appeared, his twenty eyes blazing.

"Ha, Rama!" he sneered. "You know you cannot beat ME!"

Rama was silent. He slowly raised his bow and released a magic arrow.

It found its own way to Ravana. It pierced his evil body. Ravana was DEAD.

ਰਾਵਣ ਸਾਹਮਣੇ ਆਇਆ, ਉਸ ਦੀਆਂ ਵੀਹ ਅੱਖਾਂ ਲਾਟਾਂ ਛੱਡ ਰਹੀਆਂ ਸਨ।

"ਹਾਅ, ਰਾਮ!" ਉਸ ਨੇ ਤਾਅਨਾ ਮਾਰਿਆ। "ਤੈਨੂੰ ਪਤਾ ਹੈ ਤੂੰ ਮੈਨੂੰ ਹਰਾ ਨਹੀਂ ਸਕਦਾ!"

ਰਾਮ ਚੁੱਪ ਸੀ। ਉਸ ਨੇ ਹੌਲੀ ਜਿਹੀ ਆਪਣਾ ਕਮਾਨ ਉਪਰ ਕੀਤਾ ਅਤੇ ਇੱਕ ਜਾਦੂ ਦਾ ਤੀਰ ਛੱਡਿਆ। ਇਹ ਸਿੱਧਾ ਰਾਵਣ ਨੂੰ ਲਗਾ। ਉਸ ਦੇ ਮਨਹੂਸ ਸਰੀਰ ਦੇ ਟੁਕੜੇ ਹੋ ਗਏ।

ਰਾਵਣ ਮਰ ਗਿਆ।

Rama and Sita were returned to India. The people rejoiced and welcomed Rama home. Sadly the old king had died of his grief.

Rama was made king, with Sita his queen, and Lakshman and Hanuman at his side. The celebrations lasted for a whole month. Even the stepmother was invited.

Rama ruled wisely and well.

The land became fruitful, and at last the kingdom was free from all evil.

ਰਾਮ ਅਤੇ ਸੀਤਾ ਦੋਵੇਂ ਦੁਬਾਰਾ ਇੱਕਠੇ ਹੋ ਗਏ ਅਤੇ ਉਹ ਵਾਪਸ ਇੰਡੀਆ ਆ ਗਏ। ਲੋਕਾਂ ਨੇ ਬਹੁਤ ਸਾਰੀਆਂ ਖ਼ੁਸ਼ੀਆਂ ਮਨਾਈਆਂ ਅਤੇ ਰਾਮ ਨੂੰ ਘਰ ਵਾਪਸ ਆਉਣ ਤੇ ਜੀ ਆਇਆਂ ਆਖਿਆ। ਅਫ਼ਸੋਸ ਕਿ ਪੁਰਾਣਾ ਬਾਦਸ਼ਾਹ ਦੁੱਖ ਨਾਲ ਮਰ ਚੁੱਕਾ ਸੀ।

ਰਾਮ ਨੂੰ ਬਾਦਸ਼ਾਹ ਬਣਾਇਆ ਗਿਆ, ਸੀਤਾ ਉਸ ਦੀ ਰਾਣੀ ਬਣੀ ਅਤੇ ਲਛਮਣ ਅਤੇ ਹਨੂਮਾਨ ਉਸ ਦੇ ਨਾਲ ਸਨ। ਜਸ਼ਨ ਸਾਰਾ ਮਹੀਨਾ ਚਲਦੇ ਰਹੇ। ਮਤਰੇਈ ਮਾਂ ਨੂੰ ਵੀ ਬੁਲਾਇਆ ਗਿਆ।

ਰਾਮ ਨੇ ਬੜੀ ਸਿਆਣਪ ਨਾਲ ਅਤੇ ਚੰਗੇ ਤਰੀਕੇ ਨਾਲ ਰਾਜ ਕੀਤਾ।

ਸਾਰੀ ਧਰਤੀ ਤੇ ਲਹਿਰਾਂ ਬਹਿਰਾਂ ਹੋ ਗਈਆਂ ਅਤੇ ਅੰਤ ਵਿਚ ਰਾਜ ਵਿਚੋਂ ਸਾਰੀਆਂ ਬੁਰਾਈਆਂ ਦਾ ਖਾਤਮਾ ਹੋ ਗਿਆ।

The story of Rama, who rescues his wife, Sita, from the Demon King,
has been told in India for thousands of years and is said to confer
a blessing on all who hear it.

The legend may have been based on historical fact.
It passed from person to person until, in about 400 B.C., the poet Valmiki
wrote the *Ramayana*. Almost every regional language in India has its own version,
and the story has spread throughout south-east Asia. Heroic saga, love story
and symbolic account of the battle between good and evil, the *Ramayana*
has inspired countless works of art and literature.

First published in Great Britain in 1997 by
Frances Lincoln Limited, 4 Torriano Mews
Torriano Avenue, London NW5 2RZ

First Panjabi language edition published by Frances Lincoln in 2005

British Library Cataloguing in Publication Data available on request.

ISBN: 1-84507-384-3

Printed in China

1 3 5 7 9 8 6 4 2

OTHER DUAL LANGUAGE TITLES FROM FRANCES LINCOLN CHILDREN'S BOOKS

The Leopard's Drum
Jessica Souhami

A very small tortoise outwits a boastful leopard to capture his drum
in this dramatic retelling of the traditional Asante tale from West Africa.
Jessica Souhami has adapted her own shadow puppet images to create the bold illustrations.

ISBN: 1-84507-385-1 (Panjabi)
ISBN: 1-84507-418-1 (Urdu)
ISBN: 1-84507-419-X (Gujurati)
ISBN: 1-84507-420-3 (Bengali)

Amazing Grace
Mary Hoffman
Illustrated by Caroline Binch

"Caroline Binch's beautiful and vigourous illustrations powerfully project
the image of Grace who, with the support of her mother and grandmother,
discovers that you can do anything you want to."
Children's Books of the Year 1992

ISBN: 1-84507-383-5 (Panjabi)
ISBN: 1-84507-410-6 (Urdu)
ISBN: 1-84507-413-0 (Gujarati)
ISBN: 1-84507-414-9 (Bengali)

Frances Lincoln titles are available from all good bookshops.
You can also buy books and find out more about your favourite titles,
authors and illustrators on our website: **www.franceslincoln.com**